கொலைக் குலவை

D1772072

வசுமித்ர

டிஸ்கவரி புக் பேலஸ்
#6, மஹாவீர் காம்ப்ளெக்ஸ், முனுசாமி சாலை,
(பாண்டிச்சேரி கெஸ்ட் ஹவுஸ் அருகில்)
கே.கே.நகர் மேற்கு, சென்னை–600 078.
பேச : 044 48557525, +91 87545 07070

கொலைக் குலவை

(கவிதைகள்)

வசுமித்ர

காப்புரிமை: **கொற்றவை©**

KOLAI KULUVAI

(Poems)

Vasumithra

Copy right: **Kotravai©**

First Edition : March - 2021

ISBN : 978-93-89857-61-0

Pages : 112

அட்டை ஓவியம்: **மணிவண்ணன்**

Discovery Book Palace (P) Ltd,

6, Mahaveer Complex, Munusamy Salai,

K.K.Nagar West, Chennai-600 078.

Ph: +91 - 44-4855 7525

Mobile: +91 87545 07070

E-mail: **discoverybookpalace@gmail.com,**

Website: **www.discoverybookpalace.com**

Rs. 100

இந்த நூலில் பிரசுரமாகியுள்ள எந்த ஒரு பகுதியையும் பதிப்பாளரின் எழுத்துபூர்வமான முன்அனுமதி பெறாமல் எடுத்தாள்வதோ, மறுபிரசுரம் செய்வதோ, மொழியாக்கம் செய்வதோ, அச்சு மற்றும் மின்னணு ஊடகங்களில் மறுபதிப்பு செய்வதோ, காப்புரிமைச் சட்டப்படி தடை செய்யப்பட்டுள்ளது. இந்த நூலிலிருந்து குறிப்பிட்ட பகுதிகளை மேற்கோள்காட்டி புத்தக விமர்சனம் செய்ய, ஊடகங்களுக்கு மட்டும் அனுமதி உண்டு.

உங்கள் மொபைல் போனிலிருந்து ஸ்கேன் செய்து 'டிஸ்கவரி புக் பேலஸ்' மொபைல் ஆப்பை டவுன்லோடு செய்து, புத்தகங்களை வாங்குங்கள்.

தமிழச்சி தங்கபாண்டியனுக்கு...

எல்லாமே பதில்களாய் இருக்கிறது. கேள்விகளைத் தான் கேட்க முடியவில்லை. சங்கேதங்களும், எதற்கென்று அறியமுடியாத சந்தேகங்களும் கொண்ட முகங்களை எதிர்கொள்ளப் பழகவேண்டியிருக்கிறது.

நம்பிக்கையின்மையின் உச்சத்தில் நகர்ந்து கொள்வதற்கு மனிதர்களை அரசு பழக்கிக் கொண்டிருக்கிறது. அரசின் மீதான நம்பிக்கை மட்டுமே குடிகளுக்கு இருக்கவேண்டும்.

நிர்பந்தங்களை விருப்பங்களாக்கிக் கொள்பவர் களுக்கான பதவிகளும் சிம்மாசனங்களும் எப்பொழுதும் பிரமாண்டமாய் இருக்கிறது.

அந்தரங்கமும், ருசியுமற்ற வாழ்வை நுகர்வதன்மூலம் தனிமை என்பது என்னவாக இருக்கிறது; என்னவாகப் போகிறது? உண்மையில் அது நாம் விரும்பிய தனிமைதானா? ஏற்படுத்தபட்ட அல்லது ஏற்படுத்திக்கொண்ட இயலாமையின் விளைவா?

கேள்விகளைக் கண்டுபிடிப்பது நல்லது.

– வசுமித்ர

பரவுகிறது
நா

தீத்தழல்
அருந்தவெனத் தருகிறேன்
இவ்வுடலை

பருகென்
நீலகேசி.

கணபங்கமென்றால்
என்னவென்பாய்
நீலா

பருகும்
கணத்தில்
பற்றியேறும்
செழுந்தீ

நீலச்சுடர்
குமைந்து
நெற்றியில் விழும்
உதிரத்துளி

கணநேர
நிறச்சேர்க்கை

எச்சில்
சுரக்காத
சொல்.

பெயரற்றதை

எப்படியழைப்பாய்
என்
நீலகேசி

உணர்வால்
அழைப்பேன்
உன்மத்தா.

வசுமித்ர

அறிதலென்றால்
என்ன நீலா

அறிந்ததையெல்லாம்
அகவெளிச்சத்தில்
கொளுத்தியெரிவது

புறத்தில்
நிர்வாணமாயிருப்பது.

இருபது
விரல்கள்

ஈரம் சிதறும்
ஒற்றை முத்தம்

புணர்ச்சியென்பதென்ன

முத்தத்தால்
முலைகளை
நனைப்பது

மூச்சை
தசையில் உணர்வது.

எனது
சாவுக்கு
என்னையழைத்துக்
கொண்டிருக்கிறேன்

எரியும்
முத்தத்தில்

கருகுகிறது
உடல்.

மகளே
இராணுவம் என்பதென்ன

நம்மை
காப்பாற்ற அம்மா

யாரிடமிருந்து
மகளே

பிரதமரிடமிருந்து
அம்மா

பிரதமரென்றால்
என்ன மகளே

சாவுதான்
அம்மா

இராணுவமென்றால்
என்ன மகளே

கொலைக் கருவி
அம்மா.

வசுமித்ர

அம்மா
இந்தியா
என்பதென்ன

வரைபடத்தைப் பார் மகளே

எதுவுமில்லையென
தனதிரு கைகளை
அகல விரித்து

இதயத்தைத் திறந்து காட்டும்
சாத்தான்.

காந்தியை
பார்க்கவைத்தபடி குடித்தேன்

பொக்கைவாய் புன்னகையோடு
கேட்டார்

மகனே
யாருக்காக
குடிக்கிறாய்

காரணம் தெரியாத
கண்களோடு
அழத்தொடங்கினேன்.

இயேசுவுடன்
மதுவருந்தினேன்

தனது
குருதி
கண்ணீர் என்கிறான்.

யார்
தவறு செய்யவில்லையோ
முதல் கல்
அவர்களுடையதாயிருக்கட்டும்

கடவுளின்
மகனே

கல்லை எடுத்ததெல்லாம்
ஆண்கள்

கர்த்தர்
ஆண்.

பிதாவின்
மகன்
காட்டிக்கொடுக்கப்பட்டது
முத்தத்தால்

முத்தமென்பது
சாபமானது
கடவுளால்தான்

மனிதன்
கண்டுபிடித்தது
வெறும் சிலுவைதான்

சிலுவை
வடிவில் முத்தமிடும்போதெல்லாம்

தேவகுமாரனுக்கு
சதையில்
ஆணி இறங்குகிறது.

பாலா

உங்கள் இறப்புக்கு
நான் எந்தக் குரலில் அழுவது

துயரத்தைத்
தொண்டையில்
தேக்கி வைத்திருக்கிறேன்

ஒரு
குரல்
கொடு.

வசுமித்ரா

காமத்திற்கு
நீலநிறம்
மஞ்சள் நிறம்
பச்சை நிறம்
சிவப்பு நிறம்

மரணத்திற்கு
வெள்ளை நிறம்

கனவுகளுக்கு
கருப்பு வெள்ளை

முத்தத்திற்கு
கண்ணீர்
நிறம்.

முழுவுடலையும்
முத்தமென
முலைகளில்
செலுத்து

காமமென்பது
கருணையற்ற
கண்ணீர்.

குத்துச்சண்டையிடும்
இயேசுவுக்கு
முத்தம் இடுகிறேன்

ஈறுகளெங்கும்
சிவப்பு நிற
கருணை.

நகராத
சொற்களைக் கொலை செய்கிறேன்

அர்த்தம்
மூச்சிறைக்க
ஓடிக்கொண்டிருக்கிறது

ஆமென்.

வசுமித்ர

மாட்டுக்கறி புசித்த
விவேகானந்தனை
நான்
கண்டிருக்கிறேன்

உணவென்பது
அவனுக்கு
உயிர் வாழும் கருவி

எழுமின்
விழிமின்
மாட்டுக்கறி
புசிமின்

அவ்வளவே.

உதட்டை
சதையென்பவன்
தூர்த்தன்

இரையென்பவன்
மிருகம்

உயிரென்பவன்
இறை.

வலி மிகுந்த
சொல்
வலி மிகுந்த
முத்தம்

வலி கூடிய
தனிமை

என் செய்வாய்
வசுமித்ர

வலியென்பதெனக்கு
ருசி
மயா

ருசியை அறிய
நானுனக்கு
நாவையறுத்துத் தருகிறேன்.

எச்சிலை
குருதியென்றழைப்பேன்
மயா

கை நிறைய
நீ
அள்ளி வீசும்
கண்ணீருக்கு

என்னகராதியில்
பெயரில்லை

ஓநாய்
முத்தம்
உதட்டைக் கிழிக்கும்.

துயரத்தில்
குருதி கொதிக்கும்
முத்தத்திலும்

இரண்டையும்
உறிஞ்சியெடுக்கும்
மௌனத்துக்கு
நாக்கை அறுத்துக்கொடு

துடிக்கும்
அர்த்தத்துக்கு
ஒழுகும்
குருதியெனப் பெயர்.

வாயைப் பிளந்து
பார்த்தேன்

உண்மைக்கு
வாயே இல்லை
மயா

உண்மையென்பது
உறுப்பல்ல
வசுமித்ர

சொல்லற்ற
திசையர்த்தம்.

காமமென்பதென்ன
மயா

கண்ணீரைக் காய்ச்சிப்
பருகுதல்
வசுமித்ர

கண்ணீரென்பது

காய்ந்த குருதி.

என்
முத்தத்திற்கு

கருணைக்
கொலையென்று
பெயர்.

முத்தங்களை
நேர்த்தியாக விற்றேன்

நேற்றுத்தான்
இதயத்தின்
கடைசித் துண்டை
அரிந்தெடுத்தேன்

மீந்த எலும்புகளை
இன்றிரவு
அன்புக்குப் போடுவேன்.

முலையால்
பாலூட்டியவள் இறந்து போனாள்

நானோ
உள்ளங்கையால்
வயிற்றை அறைந்து

வலது கையை
வாய்க்குக் கொண்டு சென்று
கன்னத்தசை இறுக
கண்களில்
யாசகம் மின்ன
உங்கள்
காலில் விழும்
சிறு கவிஞன்

பிச்சைக்காரனுக்கு
தாய்மொழி
ஏது.

சாவென்பதென்ன
நீலகேசி

அணைக்க முடியா
அகலம் கூடிய
சதை.

நானே எனது
வாய்க்கரிசி

இடுவோர்
வருக

அடிவயிற்றில்
கண்ணீர் கனக்கிறது.

கண்ணீரில்
உப்பதிகம்

உப்பு
நன்றியின்
அம்சமல்ல

துரோகத்தின்
குருதி

ஆமென்.

கவலைகளைத்
தின்று கொண்டிருக்கிறேன்

விக்கல் எடுக்கும்போது
கண்ணீர்
அருந்துவேன்

எனக்கு
உடலென்பது

துடைக்கும்
கைகள் மட்டுந்தான்

இரண்டு ஆணிகள்
போதும்

ஆமென்.

அவள்
நீந்துகிறாள்
தண்ணீர் மீனென
மின்னுகிறது

துரோகம்
கண்ணீரைப்போல

மிதக்கும்போது
மினுமினுக்கும்

துடைக்கும்போது
ஈரம் நழுவும்

அப்படித்தான்
அழுகையை
புணரும்போது

விழித்திரு.

நான்
அமைதியாக
இருக்கும்போது

கொலை
செய்வேன்

கண்ணீர் வராமல்.

வசுமித்ரா

நிச்சயமற்ற
வார்த்தைகளை
உதிர்க்கும்
கவிஞர்

ஆண்பாலை
உதிர்த்துவிட்டு

பெண்பாலென
ஆகிறார்.

ஆமென்

இயேசு
பெண்

மக்தலினா
சொல்லும்போது

அவளது
கண்கள் ஈரமாகவும்
உடல்
சிலுவையாகவுமிருந்தது.

அப்படித்தான்

இந்த உலகம்
விசித்திரமானது

பணமென்பதென்ன

நிராகரிக்கப்பட்ட
கண்ணீர்

உழைப்பை
புணரும் திருட்டு

அவ்வளவுதான்
சொல்வேன்.

உனக்கு
நான் தருவதெல்லாம்
உப்புச்சுவை கூடிய புணர்ச்சி

முலையிடுக்கில்
நழுவுமென்
துயரை
ஒன்றும்
செய்யவேண்டாம்

கவனி
அது போதும்.

நிராகரிக்கப்பட்ட
கண்ணீர்
வளரிளம்
தொடையைப் போன்றது
நீங்கள்
இளம்பெண்ணை
நினைக்கவேண்டாம்

இயேசுவின்
பாதத்தில் இறங்கிய ஆணி
அவனது தொடைகளை
அதிரவைத்தது

அன்னை முகத்தை நினைக்கும்
அவனது
கண்களில்

கரிப்பு
கூடுகிறது.

கண்ணீரை
கொதிக்க வைத்துப் பருகு
உப்பென்பது
நன்றியின் அம்சம்

துரோகமென்பது
கண்ணீரின்
நீர்மை.

துருப்பிடித்த
உணவு

துருப்பிடித்த
கனவு

துருப்பிடித்த
இரவு

துருப்பிடித்த
சூரியன்

அமைதி

துருப்பிடித்த
முத்தம்.

தியாகமென்பதென்ன
மயா

கையாலாகதவனின்
கண்ணீர்.

எனது
நோய்மைக்கு
புன்னகையெனப் பெயர் சூட்டினேன்

அன்பர்கள்
அன்பிகள்

கவனித்து
முத்தமிடவும்.

சிரிக்கமுடியாதவனின்
இரவு

புணரமுடியா
யோனியைப்போல்
உம்மென்றிருக்கிறது

கண்ணில் தெறிக்கிறது
ஈவிரக்கமற்ற
கண்ணீர்.

கொலை செய்யப்பட்டவனை
முத்தமிடும்பொழுது

கருணையின் வீச்சம்
அன்பின் வியர்வை
சத்தமற்ற கண்ணீர்

ஆமென்.

காமத்தில்
நரையோடுகிறது

விரல்கள்
வழிந்தோடுகிறது.

பசிக்கு
உடலை
அறுத்துத் தரும்பொழுது
என் பெயர் வசுமித்ர

முலைகளால்
உணவளிக்கும்பொழுது
ததாகன்.

என் அன்பு *joaquin phoenix..*

கடைவாய்க்குள்
அன்பைப் பொருத்தி
கண்களால் துப்பும்போது
கன்னத்தழும்பென
கண்ணீர்
மின்னித் தொலைகிறது

உன்னை
கேலியாளனாக
எனக்குத் தெரியும்

வாழ்வில் மிதப்பவர்களுக்கு
நீ
வைத்திருக்கும் புன்னகை
துரதிருஷ்டம் கூடிய
முத்தங்களைத் தரக்கூடியது

கைவிடப்பட்ட யேசுவுக்கு
வெள்ளியாலான முத்தம்
மக்தலெனாவுக்கு
ஈரச்சுவை கூடிய
துயரம்

அவ்வளவே.

வசுமித்ரா

கோலை செய்யும் முன் காக்கி உடைக்கு மாறுதல்...

சட்டம் தன் கடமையைச் செய்யும்
இவ்வாசகம் அற்புதம் நிறைந்தது

கடமையைச் செய்
பலனை எதிர்பாராதே
கடவுள் சொன்னது

வன்மத்தில் கொலை செய்பவன்
இறைவனுக்குச் சமம்
இந்தியா இறையாண்மை மிக்க நாடு

அப்படித்தான்
அழைக்கவேண்டும்

இறையாண்மையில்
ஒளிந்திருக்கும்
ஆண்மையைக் கவனியுங்கள்

லத்தி என்பதென்ன

வேறென்ன
நீதியாலான
ஆண்குறி

சட்டம் முதலாளிக்கு
தன் கடமையைச் செய்யும்
சட்டம் மதத்திற்கு
தன் கடமையைச் செய்யும்

மனிதர்களைக்
கொன்று நீதியைக் கற்பிக்கும்

விசாரணை என்பதென்ன

கொலை செய்தவன்
புன்னகையோடு
பிணத்தைப் பார்ப்பதுதான்

பிணத்துக்குப்பின்
ஒளிந்திருக்கும் மனிதனை
நாம் காணமுடியாமல் தடுப்பதெது

வேறென்ன
நமக்கிது நடக்கவில்லையென்ற
ஆசுவாசந்தான்

எனது முன்னோடிகளில்
எவனோ ஒருவன் சொன்னான்

The
government
is
an
ass
and
all
it
needs
is
paper

குத்துச்சண்டை
வீரர்களென
மக்கள்
மாறிவிடும்போது

அரசின் முகம்
நெளியத் தொடங்குகிறது

இது
வசுமித்ர
சொன்னது.

அதிகாரத்தைக் கொலை செய்பவளின்
முத்தம்
எப்படி இருக்கும்

அதிகாரத்துக்கு
முத்தம் பிடிக்காது
அரசுக்கு
பிடித்ததெல்லாம்
வன்புணர்வுதான்

கதறக் கதற
தூக்கில் தொங்கும்
மனிதனின்
கால்களை வரையும் ஓவியன்

அந்தரத்தில்
தொங்கும் உடலை
உறையச் செய்துவிடுகிறான்.

யோனியால்
முத்தமிடு

கண்ணகி தன் முலையை
வன்மத்தால் அரிந்தெடுத்தாள்

ஆண்டாள்
காதலால்

நான் உனது ஆண்

கண்ணீரை வழித்தெறி
என்னைக் கவ்விக்கொள்ள

என் கடைவாயில் இருப்பது
உன் பற்கள்தான்.

என்னை
உன்னுடலில்
பிட்சையிடுகிறேன்

உன் பெரும்பசிக்கு
என்னுடல்
சிறுபருக்கைதான்

மன்னித்தருள்க.

மகளே

இறந்தவர் கண்களை
வாழ்பவர் மூடுவதேன்

மரணித்தவர்
கண்களில் வழியும்
துயரம்
கசிந்து விடக்கூடதென்பதற்குத்தான்.

பிரதமர்
விறைத்த கையோடு
ஏதுமற்றவர்களின்
வயிற்றிலடித்து

எல்லாம்
இருப்பவர்களின் முன்னால்
சல்யூட் வைக்கிறார்

இல்லாதவர்களுக்கு
இறங்கற்பா
தேசியகீதமா

பொக்கைவாயரே.

அம்மா
இந்தியா என்பதென்ன

துருப்பிடித்த
காவிக் கருப்பை
மகளே.

அம்மா
இந்தியா என்பதென்ன

தாய்நாடு மகளே

தந்தை

அவர்
பிரமச்சாரி
மகளே

அம்மா

மகளே
அவ்வளவுதான்.

பசியின்
மொழியென்ன
தாயே

கொலைக் குலவை
மகளே.

எதிர்காலமென்றால்
என்ன
மகளே

இக்கேள்வியை
இறந்தகாலத்தில்
கேட்பதுதான்
அம்மா.

அம்மா

சொல் மகளே

விதவையின்
ஆண்பால் என்ன

காயடிக்கப்பட்ட
கடவுள்
மகளே.

மயா

அன்னையின்
முத்தமென்பதென்ன

துயரத்தை
உறிஞ்சியெடுக்கும்
ஆன்மாவின்
தசையுதடு
வசுமித்ர.

யுவானின்
உள்ளங்கைகளை
தோழரொருவர் வரைந்து காட்டினார்

ஏதுமற்றவனின்
துயரம்

எதையும் படைக்கிற
இதயம்

யுவான்
உன் விரல்களைச்
சிசுவென பற்றுகிறேன்
குருதிப் பிசுபிசுப்பு.

வசுமித்ர

தும்முச் செறுப்ப
நுமருள்ளல்

புணர்ச்சியில்
தும்மல்
பித்துப்பிடித்தலையுமென்
தலையை

முலையால்
அணை
சகி.

விந்தென்பது
குருதிக்குச் சமம்

சொல்
ஆதிமூலா
கண்ணீர்

முந்தையது
பிறப்பிக்க

பிந்தையது
அழிக்குமா.

வறுமை
முத்தத்தைப் போன்றது

பசிக்கு
உதட்டைத் தருபவளை
எப்படியழைப்பது
மயா

ஈவிரக்கமில்லாமல்
மயாவென்றே
அழை.

பச்சிளம்
முலைகளில்

காமத்தை
தேடியவனின்
முகம்
மிருகத்தாலானது

கைகளோ
நீதிபதிக்குச் சொந்தமானது

இவரைக் கொன்ற பாவம்
என்னைச் சேரலாகாது

பிலாத்துவின்
துயரத்தில்தான்
இயேசுவின்
ஆணி
இறுகிப் பதிந்தது.

முத்தத்தை
வாடகைக்கு விட்டிருந்தேன்

தச்சன் மகனுக்கு
சிலுவையில்
இடம் கிடைத்திருக்கிறது

காட்டிக்கொடுக்கப்பட்ட
முத்தங்களில்
ஆணி இறங்குகிறது

விலாவில்
பாயும்
ஈட்டிமுனைக்கு

ஆத்மாவின்
லிப்ஸ்டிக் என பெயரிடுகிறேன்.

இந்தியாவை
திறந்து
போட்டிருக்கிறேன்

பிரதமர்
நுழைகிறார்

சத்யமேவே
ஜெயதே

காந்தியின்
புனைபெயர்
கோட்சே.

யூதாசின்
முத்தம்

பரபாஸின் புன்னகை

மக்தலெனாவின்
கண்ணீர்

ஆமென்

இயேசுவே
சத்தியமாய்
நீர்
பிதாவின் மகன்தான்

மரியாளின்
மகனே

யோசேப்பு
மார்பில்
கசிகிறது
குருதி.

இவ்விரவை
இருட்டென
அழைக்கும்போது

புணர்ச்சி
அந்தகமென
கைகளை விரித்து
அலைகிறது.

மன்னிப்பை
முத்தமென
வழங்கு

குற்றத்தின்
விழிகளில்
குருதி கசிகிறது.

தாயே
நீயெனக்கு
குருதி

நானுன்
பசி.

மயா
யார்
நீ

நீயெனச்
சொல்பவனின்

நிறைவேறாக்
காமம்.

குருதிக்கறையை
கண்ணீரால் அலசு

கைவிடப்பட்ட
முத்தத்திற்கு

காதலென்று
பெயர்.

முத்தம்

என்
மூன்றாவது
முலை.

அன்னைக்கும்
எனக்கும்
பனிக்குட தூரம்

தந்தைக்கும்
எனக்கும்

சதையின்
இடைவெளி.

வசுமித்ர

குருதியருந்துவதும்
முத்தமிடுவதும்
உதடுகளின் தொழில்

மயா
நீ
சொல்

சாவைப் புணர
கடவுளையேன்
அழைக்கிறாய்
வசுமித்ர.

கல்லுதடு
தசை முத்தம்
சாவிறைச்சி

கொலைக்குருதி
ஆமென்.

இந்தயிரவு
அந்தப்பகல்
அவ்வளவுதான்
முத்தம்

எத்தனை முத்தம்
வெளிச்சத்தில்
இட்டுள்ளீர்கள்

எண்ணித்
தொலைக.

குமரப்பா
சொன்னார்
டிராக்டர்
சாணி போடாது
அவர் காந்தியவாதி

இங்கு
டிராக்டர்
அரசின்
சாணியை
பிதுக்கிக்கொண்டிருக்கிறது.

வசுமித்ர

பிரதமருக்கு
யூதாஸெனப் பெயர்

மக்களுக்கு
இயேசுவெனப் பெயர்

சிலுவைக்குப் பெயர்தான்
குடியரசு.

நாவையறுத்துத்
தானமிட்டேன்

முத்தச்சுவைக்காக

சிறுதுடிப்பை
ஈவதில்
சஞ்சலமில்லை.

வசுமித்ர

கன்னிப்பெண்களென
அழைக்கும்போது
தமிழே
கூசுகிறது

கன்னியென்பதற்கு
பின்னால்
இளமையும்
வக்கிரம் பீடித்த
குறியுமுளது.

தவித்தபடி
காத்திருக்கும்
தனிமையைக்
கொலை செய்தேன்

வேறு
வழியில்லை

என்னைப் பிணமாக
நான் பார்க்க
முடிவதன் எத்தனம்
சிறியதுதான்.

அஞ்சத்தேவையில்லை
என்பதை
எவரிடம்
சொல்வதெனத் தெரியவில்லை

என்
குரல் எதிரொலிக்கிறதென்
கபாலத்தில்

அச்சமென்பதென்ன
அறியாமையின்
இரகசிய வெளிச்சம்.

அந்தரங்கத்தை
குறியாக்கியபின்
புணர்ச்சி
சாபமாகிறது
ரகசியம்
சீழ் பிடிக்கிறது

அழுவதைப்போல்
ஒரு மரணம்.

தனித்தியங்குகிறது
பகல்
சிட்டுக்குருவி
இறகைக் கோத
இரவு கூடடைகிறது

மதியம்
எப்பொழுதும்
திறந்தே கிடக்கிறது
வெம்மையின் அணைப்பில்
சுருண்டுறங்கும்
ஒரு
நல்லபாம்பின்
நிழலையொத்து.

எனக்குத் தெரியும்
சொல்லில்
தீர்மானம் கூடிவருகையில்

வெட்கம்
நீர்க்குமிழைப்போல வெடிக்கிறது

தெரியாதெனும்போது
கண்கள்
மெல்லச் சிமிட்டியபடி கசிகிறது

எதிரில்
நிற்கும்
நிழல்
ஆணா பெண்ணா.

கழுகென
இவ்விரவைக் கொத்தி இழுக்கையில்
தசை வெளிச்சம் கண்ணைக் கூசுகிறது

பகலில் மறதி கூடினால்
இரவில்
ஞாபகம் முதிர்கிறது

சொல்ல முடியாத இளமை
தீர்க்க முடியாத தனிமை
கை நடுக்கம் கொள்ளும்
கவிதை.

துறவின் நிழலென
பெருந்திணை
துரத்தியலைகிறது

கைவிடப்பட்ட
இளமைக்குப் பின்
காத்திருக்கிறது

எப்போதும்
இயலாமை.

இல்லையென்ற
சொல்லில்
இன்மை ஒலிப்பதில்லை

வார்த்தை முதிர
உச்சரிக்கும்போது
தலையால் சொல்

கேட்பவர் இதயம்
நொறுங்கவேண்டாமா

சாவை உச்சரிக்காத
இல்லைக்குப் பின்
எல்லாம் இருக்கிறது.

அந்தகன்
நாவென
உடலானது
சூன்யத்தைத் துழாவுகிறது

மனமோ
ஒளிகூடி அலைகிறது

தசையில்
கற்பனையை ஊற்றித் தேய்க்கையில்
காமம்
பனிக்கட்டியென
கரைகிறது

அத்தனை சூடாக
அத்தனை இதமாக
அத்தனை குரூரமாக
அத்தனை
மென்மையாக.

வசுமித்ர

அதிகாரம்
என்பது
சொல்லல்ல
செயல்

சகிக்க முடியாத
ஏற்கமுடியாத

சொல்.

எழுதித் தீரா சொற்களை
பேசித் தீர்க்க

தேர்ந்தெடு

இயலாதெனில்
வெப்பம் உரச
குளிரும் இரு கரங்களையாவது
கண்டுபிடி.

யானை
கையால் துதிக்கிறது

மனிதர்கள்
அவசரத்துடன் கொல்கிறார்கள்

காடு
மௌனமாக இருக்கிறது
இடுகாட்டைப்போல்.

பேசக் கற்றுத்தரட்டுமா
மயா

மௌனத்தைக் கொலை
செய்துவிட்டு
வா
வசுமித்ர.

கழுகு
பூமியைக் கொத்தியுண்கிறது

நிதானமாக
அமைதியாக
ஒரு
பிணத்தை உண்ணுவதுபோல்.

முதியவர்களின்
சிம்மாசனம்
கழிப்பறை இருக்கையென
மாறுகிறது

வயோதிகம்
இளமைக்கு
தீராச் சுமை
இல்லையா.

அமைதியாக
இரு

சொல்லில்
ஒலிக்கும்

நாக்கின்
வயது
பல்லாயிரம் ஆண்டுகள்.

வாழ்க்கை
நீண்ட பதவி

ஓய்வு பெறுவதற்கு
சாவைச் சந்திக்க வேண்டுமென்பதல்ல

செய்த குற்றங்களை
குறுக்கு விசாரணை செய்தால்
போதும்.

பூமியை
புல் மென்றுகொண்டிருக்கிறது
மிக மெதுவாக
அலகசைத்து
கனவு காணும்
பறவையென

புல்
பூமியை உண்கிறது.

சப்தங்களின்
வரிசை

மூச்சுத்
திணறுகிறது

மூச்சில்
சப்தம் பிறக்கிறது

உடல்
நிதானத்துக்குத் திரும்பவேண்டும்.

சாவமைதி

யாருடைய
சாவில் அமைதி

இறந்தவருக்கா

பேச்சுத் தீர்ந்தபின்
அமைதிக்குத் திரும்பவேண்டும்

சாவகாசமாக.

சாவுச்சோற்றில்
மிதக்கிறது
கறி

மெல்லுகையில்
உடல் அசைகிறது.

துறவிகள்
திறந்து போட்டு உறங்குகிறார்கள்
திருடர்களும்
அவ்வாறே

இரவில்
குறட்டை ஒலி
மெதுவாக
வாழ்வைக் கடக்கிறது.

எனக்கு
எல்லாம் தெரியுமென
அம்மா
சொல்லும்போது
கதையென நினைத்தேன்

அரசு
சொல்லும்போது
சவுக்கடியை உணர்கிறேன்.

ஆகாயம்
விரிந்துகொண்டிருக்கிறது

பூமி
சுழன்றுகொண்டிருக்கிறது

மெதுவாக
மிக மெதுவாக
வாழ்க்கையை ஒட்டியபடி

மனிதர்கள்
நடந்துகொண்டிருக்கிறார்கள்.